Impressum
Verlag: BABADADA GmbH, Nedderfeld 112 , 22529 Hamburg
Geschäftsführer / Verlagsleitung: Harald Hof
Druck: Books on Demand GmbH, In de Tarpen 42, 22848 Norderstedt

Imprint
Publisher: BABADADA GmbH, Nedderfeld 112 , 22529 Hamburg, Germany
Managing Director / Publishing direction: Harald Hof
Print: Books on Demand GmbH, In de Tarpen 42, 22848 Norderstedt

trường học

koulu

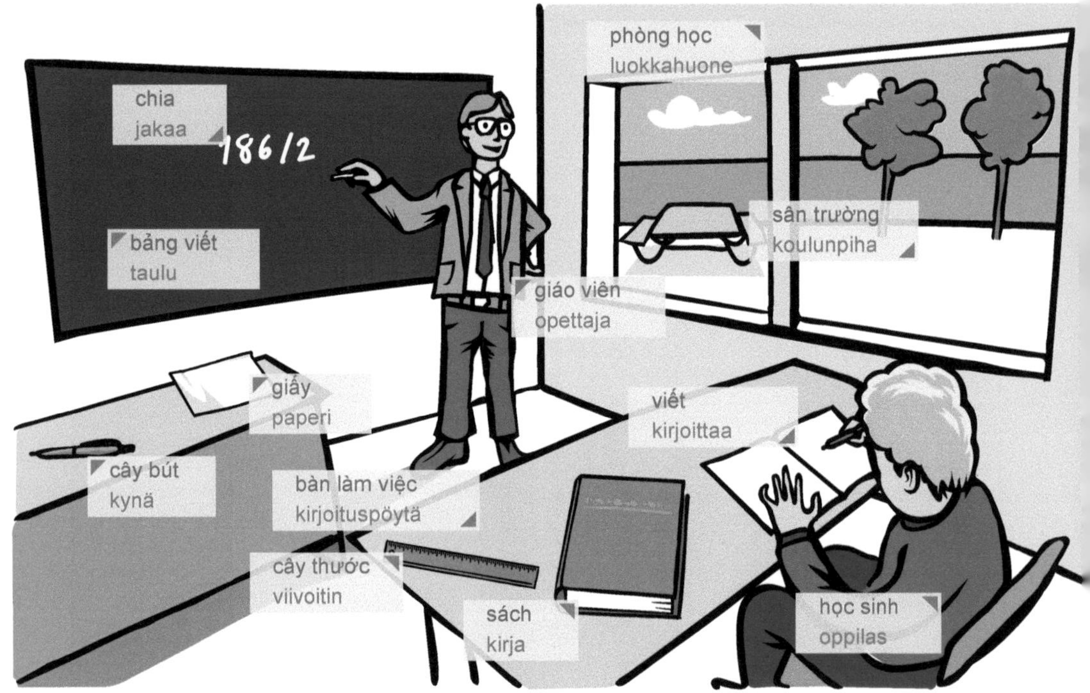
phòng học
luokkahuone
chia
jakaa
186/2
bảng viết
taulu
sân trường
koulunpiha
giáo viên
opettaja
giấy
paperi
viết
kirjoittaa
cây bút
kynä
bàn làm việc
kirjoituspöytä
cây thước
viivoitin
sách
kirja
học sinh
oppilas

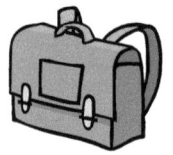

cặp đeo vai học sinh

reppu

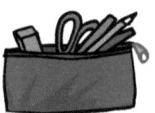

hộp đựng bút

penaali

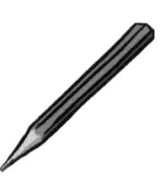

bút chì

lyijykynä

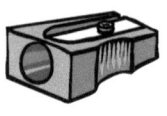

cái gọt bút chì

kynänteroitin

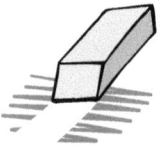

cục tẩy

pyyhekumi

tập giấy vẽ

piirustuslehtiö

bản vẽ

piirustus

cọ vẽ

pensseli

hộp mực vẽ

vesivärit

cây kéo

sakset

keo dán

liima

sách bài tập

harjoituskirja

bài tập ở nhà

kotitehtävä

12

số

luku

2+2

cộng

lisätä

5-2

trừ

vähentää

2×2

nhân

kertoa

tính toán

laskea

A

chữ cái

kirjain

ABCDEFG
HIJKLMN
OPQRSTU
VWXYZ

bảng chữ cái

aakkoset

từ

sana

văn bản

teksti

đọc

lukea

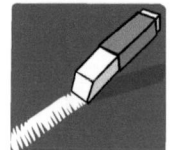

phấn viết

liitu

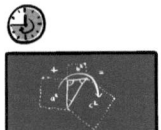

bài học

oppitunti

sổ lớp

opettajan muistikirja

thi kiểm tra

koe

chứng chỉ

todistus

đồng phục học sinh

koulupuku

giáo dục

koulutus

từ điển bách khoa

sanakirja

đại học

yliopisto

kính hiển vi

mikroskooppi

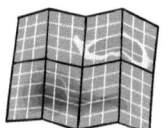

bản đồ

kartta

thùng rác giấy

roskakori

du lịch
matka

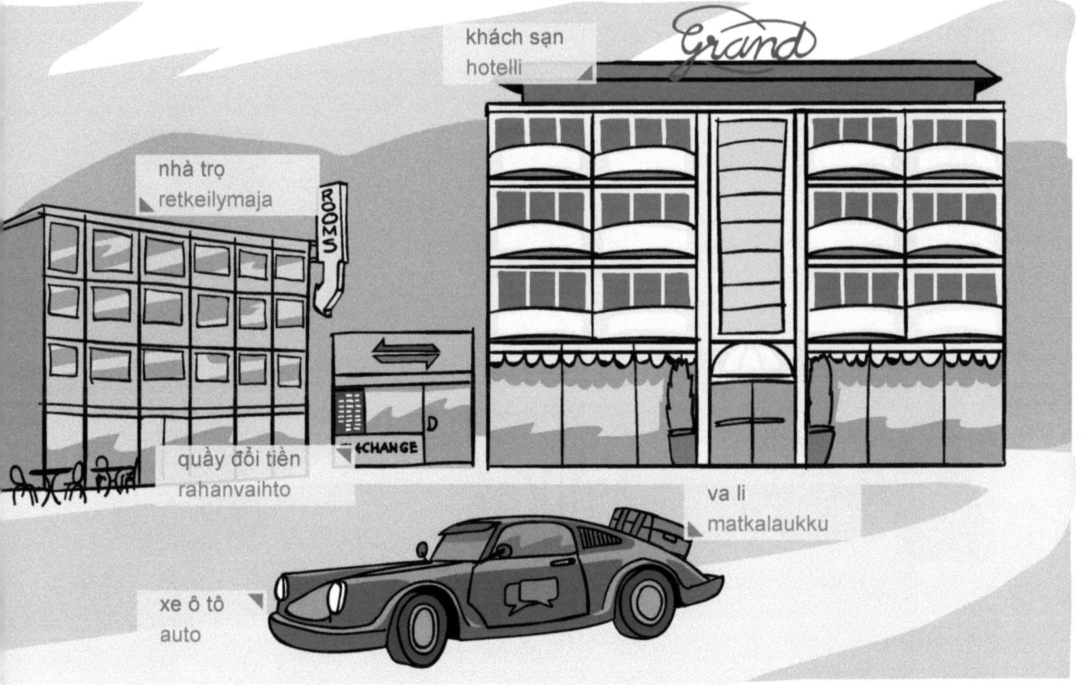
khách sạn
hotelli
Grand
nhà trọ
retkeilymaja
ROOMS
quầy đổi tiền
rahanvaihto
va li
matkalaukku
xe ô tô
auto

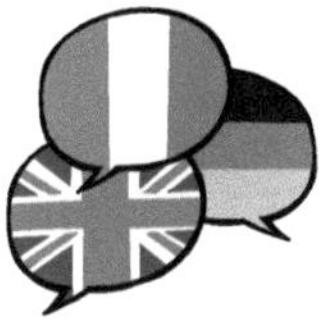

ngôn ngữ

kieli

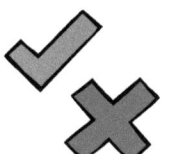

có / không

kyllä / ei

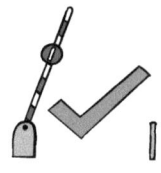

ô kê

selvä

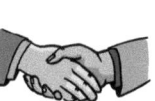

Xin chào

hei

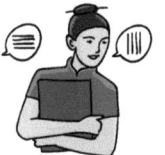

thông dịch viên

tulkki

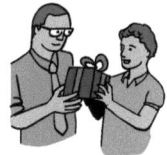

cám ơn

kiitos

... bao nhiêu tiều?

Paljonko...maksaa?

tôi không hiểu

en ymmärrä

vấn đề

ongelma

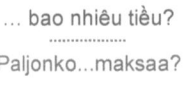

Xin chào! (buổi tối)

Hyvää iltaa!

xin chào! (buổi sáng)

Hyvää huomenta!

chúc ngủ ngon!

Hyvää yötä!

tạm biệt

näkemiin

hướng đi

suunta

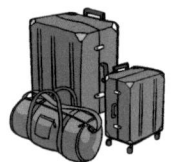

hành lý

matkatavarat

túi xách

laukku

túi ba lô

reppu

khách

vieras

phòng

huone

túi ngủ

makuupussi

lều

teltta

thông tin du lịch

turisti-info

bãi biển

ranta

thẻ tín dụng

luottokortti

ăn sáng

aamupala

ăn trưa

lounas

ăn tối

päivällinen

vé xe

matkalippu

thang máy

hissi

tem bưu điện

postimerkki

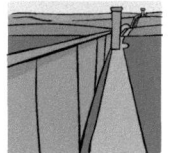

biên giới

raja

hải quan

tulli

đại sứ quán

suurlähetystö

thị thực

viisumi

hộ chiếu

passi

vận chuyển
kuljetus

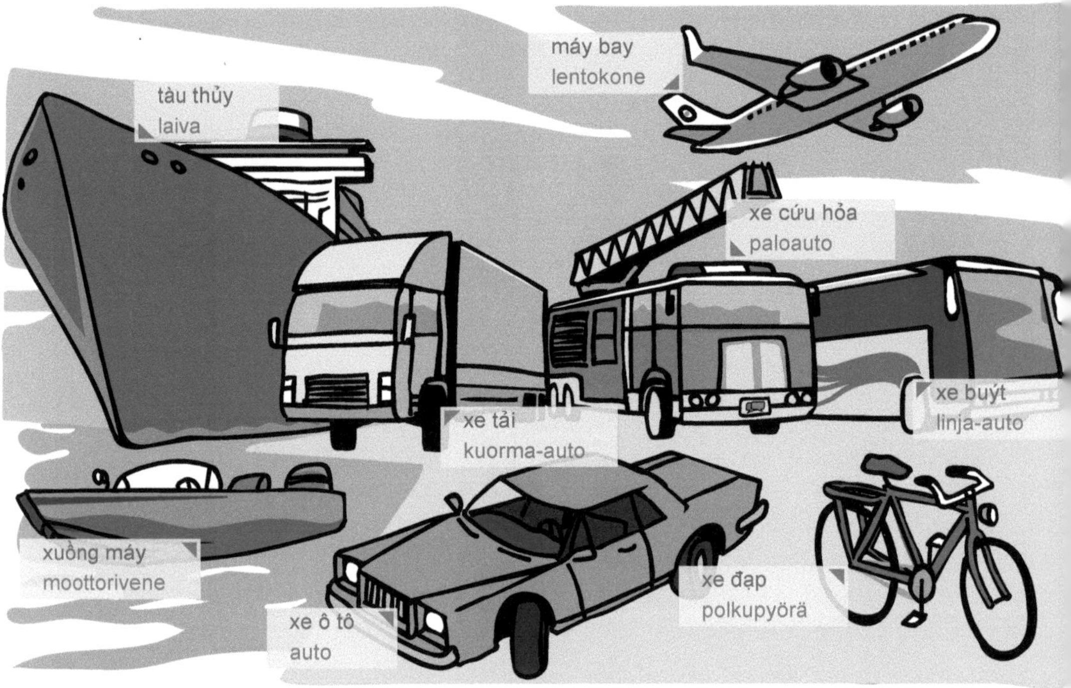
máy bay
lentokone
tàu thủy
laiva
xe cứu hỏa
paloauto
xe buýt
linja-auto
xe tải
kuorma-auto
xuồng máy
moottorivene
xe đạp
polkupyörä
xe ô tô
auto

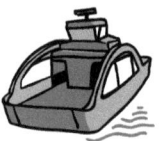

phà

lautta

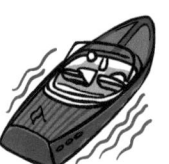

xuồng

vene

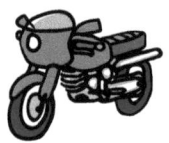

xe máy

moottoripyörä

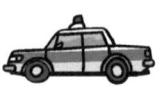

xe cảnh sát

poliisiauto

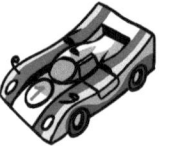

xe đua

kilpa-auto

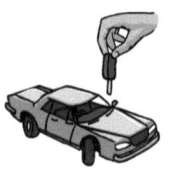

xe cho thuê

vuokra-auto

dịch vụ thuê xe tự lái

car sharing

xe kéo cứu hộ

hinausauto

xe rác

roska-auto

động cơ

moottori

xăng

polttoaine

trạm xăng

huoltoasema

biển báo giao thông

liikennemerkki

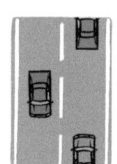

giao thông

liikenne

ách tắc giao thông

ruuhka

bãi đậu xe

parkkipaikka

nhà ga

rautatieasema

đường ray

raiteet

xe lửa

juna

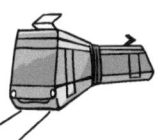

tàu điện

raitiovaunu

toa xe

vaunu

máy bay trực thăng

helikopteri

sân bay

lentokenttä

tháp

lähilennonjohto

hành khách

matkustaja

côngtenơ

kontti

thùng các-tông

pahvilaatikko

xe đẩy

kärryt

cái giỏ

kori

cất cánh / hạ cánh

nousta / laskea

thành phố

kaupunki

làng

kylä

trung tâm thành phố

keskusta

nhà

talo

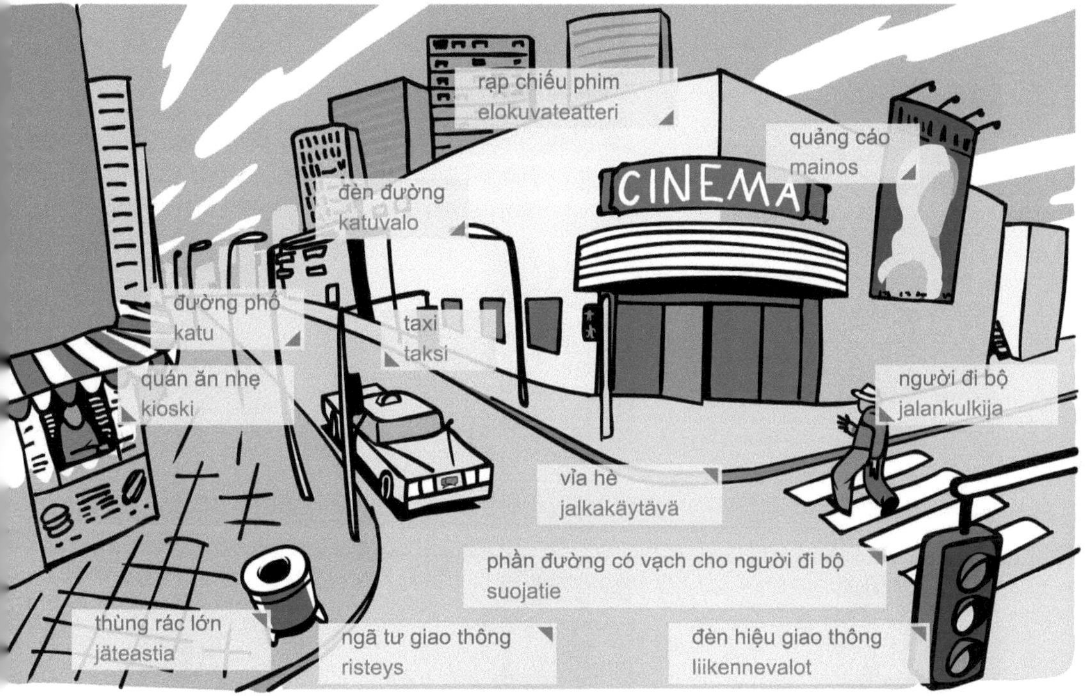

rạp chiếu phim
elokuvateatteri

quảng cáo
mainos

đèn đường
katuvalo

CINEMA

đường phố
katu

taxi
taksi

quán ăn nhẹ
kioski

người đi bộ
jalankulkija

vỉa hè
jalkakäytävä

phần đường có vạch cho người đi bộ
suojatie

thùng rác lớn
jäteastia

ngã tư giao thông
risteys

đèn hiệu giao thông
liikennevalot

nhà chòi

mökki

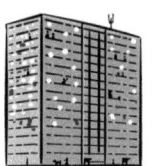

căn hộ

kerrostalo

nhà ga

rautatieasema

tòa thị chính

kaupungintalo

viện bảo tàng

museo

trường học

koulu

đại học

yliopisto

ngân hàng

pankki

bệnh viện

sairaala

khách sạn

hotelli

hiệu thuốc

apteekki

văn phòng

toimisto

hiệu sách

kirjakauppa

cửa hiệu

liike

cửa hiệu bán hoa

kukkakauppa

siêu thị

supermarketti

chợ

tori

cửa hàng bách hóa

tavaratalo

người bán cá

kalakauppias

trung tâm mua bán

ostoskeskus

bến cảng

satama

công viên

puisto

ghế băng

penkki

cầu

silta

cầu thang

portaat

tàu điện ngầm

metro

đường hầm

tunneli

trạm xe buýt

linja-autopysäkki

quán bar

baari

khách sạn

ravintola

hòm thư công cộng

postilaatikko

bảng hiệu đường

katukyltti

đồng hồ đậu xe

parkkimittari

vườn bách thú

eläintarha

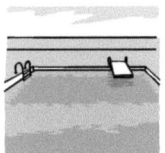

bể bơi

uimala

nhà thờ Hồi giáo

moskeija

nông trại

maatila

ô nhiễm môi trường

ympäristön saastuminen

nghĩa trang

hautausmaa

nhà thờ

kirkko

sân chơi

leikkikenttä

ngôi đền

temppeli

phong cảnh
maisema

lá cây
lehti

bảng chỉ đường
tienviitta

lối đi
tie

bãi cỏ
niitty

hòn đá
kivi

người đi bộ đường dài
retkeilijä

cây
puu

sông
joki

cỏ
ruoho

bông hoa
kukka

thung lũng

laakso

đồi

vuori

hồ nước

järvi

rừng

metsä

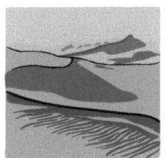

sa mạc

aavikko

núi lửa

tulivuori

lâu đài

linna

cầu vồng

sateenkaari

nấm

sieni

cây cọ

palmu

con muỗi

hyttynen

con ruồi

kärpänen

con kiến

muurahainen

con ong

mehiläinen

con nhện

hämähäkki

bọ cánh cứng

kovakuoriainen

con ếch

sammakko

con sóc

orava

con nhím

siili

con thỏ

jänis

con cú

pöllö

con chim

lintu

thiên nga

joutsen

heo rừng

villisika

con hươu

peura

nai sừng tấm

hirvi

đê

pato

tuabin gió

tuulimylly

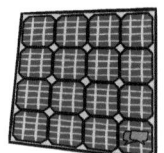

tấm năng lượng mặt trời

aurinkopaneeli

khí hậu

ilmasto

bồi bàn
tarjoilija

thực đơn
ruokalista

ghế
tuoli

súp
keitto

bánh pizza
pitsa

khăn trải bàn
pöytäliina

bộ dao nĩa ăn
ruokailuvälineet

món ăn khai vị
alkuruoka

món ăn chính
pääruoka

món tráng miệng
jälkiruoka

thức uống
juomat

thức ăn
ruoka

cái chai
pullo

thức ăn nhanh

pikaruoka

thức ăn đường phố

katuruoka

ấm trà

teekannu

hộp đường

sokeriastia

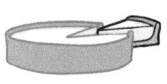

khẩu phần

annos

máy pha espresso

espressokeitin

ghế cao

syöttötuoli

hóa đơn

lasku

khay

tarjotin

dao

veitsi

nĩa

haarukka

thìa

lusikka

thìa uống trà

teelusikka

khăn ăn

servietti

cốc thủy tinh

lasi

đĩa

lautanen

đĩa súp

syvä lautanen

đĩa lót cốc

aluslautanen

nước sốt

kastike

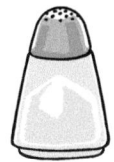

lọ muối

suolasirotin

cái xay tiêu

pippurimylly

giấm

etikka

dầu

öljy

gia vị

mausteet

nước xốt cà chua

ketsuppi

tương hạt cải

sinappi

nước sốt mayonnaise

majoneesi

siêu thị

supermarketti

chào giá đặc biệt
tarjous
FOR
khách hàng
asiakas
sản phẩm từ sữa
maitotuotteet
trái cây
hedelmät
xe đẩy mua sắm
ostoskärryt

BUTCHERS

lò mổ

teurastamo

BAKERY

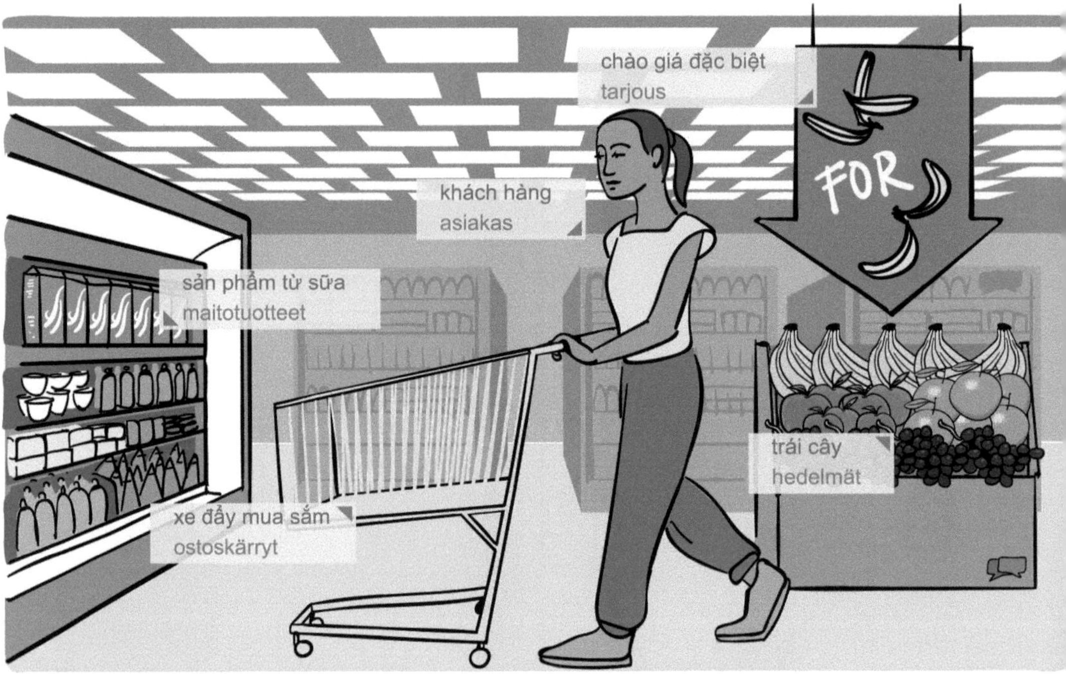

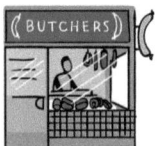

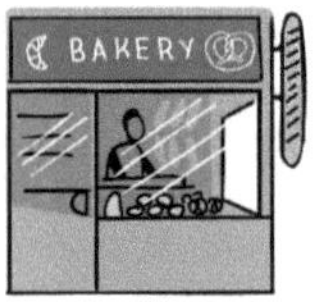

cửa hiệu bán bánh mì

leipomo

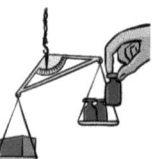

cân nặng

punnita

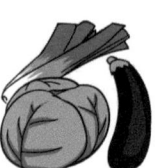

rau quả

kasvikset

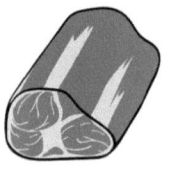

thịt

liha

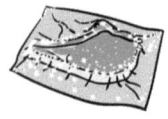

thức ăn đông lạnh

pakasteet

lát thịt nguội

leikkele

đồ hộp

säilykkeet

bột giặt

pesujauhe

đồ ngọt

makeiset

sản phẩm dùng trong gia đình

kotitaloustarvikkeet

chất tẩy rửa

puhdistusaineet

người bán hàng

myyjä

quầy trả tiền

kassa

nhân viên thu ngân

kassanhoitaja

danh sách mua sắm

ostoslista

giờ mở cửa

aukioloajat

ví tiền

lompakko

thẻ tín dụng

luottokortti

túi đeo

kassi

túi ny lông

muovipussi

thức uống
juomat

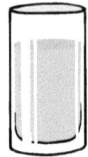

nước
vesi

nước quả ép
mehu

sữa
maito

coca-cola
kokis

rượu vang
viini

bia
olut

cồn
alkoholi

cacao
kaakao

trà
tee

cà phê
kahvi

espresso
espresso

cappuccino
cappuccino

chuối

banaani

quả táo

omena

quả cam

appelsiini

dưa hấu

meloni

chanh

sitruuna

cà rốt

porkkana

tỏi

valkosipuli

tre

bambu

củ hành

sipuli

nấm

sieni

hạt dẻ

pähkinät

mì

spagetti

mì spaghetti

spagetti

cơm

riisi

xà lách

salaatti

khoai tây chiên

ranskalaiset

khoai tây chiên

paistetut perunat

bánh pizza

pitsa

bánh hamburger

hampurilainen

bánh mì sandwich

voileipä

thịt côtlet

leike

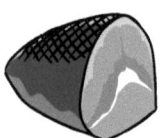

thịt giăm bông

kinkku

xúc xích

salami

dồi

makkara

gà

kana

rán

paisti

cá

kala

cháo yến mạch

kaurahiutaleet

cháo muesli

mysli

bánh bột ngô nướng

murot

bột mì

jauho

bánh sừng bò

voisarvi

bánh mì

sämpylä

bánh mì

leipä

bánh mì nướng

paahtoleipä

bánh bích quy

keksit

bơ

voi

sữa đông

rahka

bánh ngọt

kakku

trứng

kananmuna

trứng rán

paistettu kananmuna

pho mát

juusto

kem

jäätelö

đường

sokeri

mật ong

hunaja

mứt

hillo

kem nougat

suklaapähkinälevite

cà ri

curry

nông trại
maatila

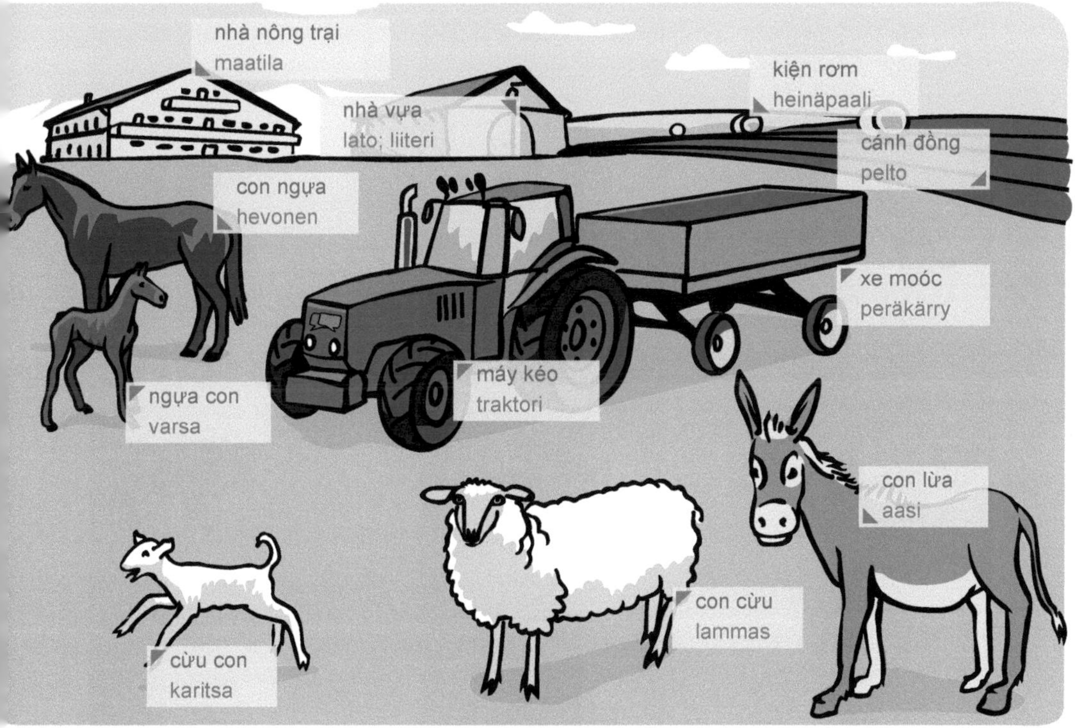
nhà nông trại
maatila
nhà vựa
lato; liiteri
kiện rơm
heinäpaali
cánh đồng
pelto
con ngựa
hevonen
xe moóc
peräkärry
máy kéo
traktori
ngựa con
varsa
con lừa
aasi
con cừu
lammas
cừu con
karitsa

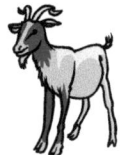

con dê

vuohi

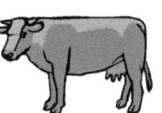

con bò

lehmä

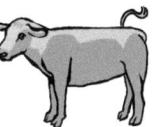

con bê

vasikka

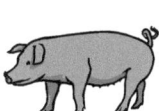

con lợn

sika

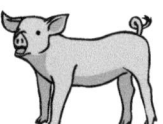

lợn con

porsas

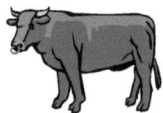

bò đực

sonni

con ngỗng

hanhi

con vịt

ankka

gà con

tipu

gà mái

kana

gà trống

kukko

con chuột

rotta

mèo

kissa

chuột nhắt

hiiri

bò đực

härkä

con chó

koira

nhà chuồng chó

koirankoppi

ống tưới vườn cây

puutarhaletku

thùng tưới cây

kastelukannu

lưỡi hái

viikate

cái cày

aura

cái liềm
sirppi

cái cuốc
kuokka

cái chĩa
talikko

cái rìu
kirves

xe cút kít
kottikärryt

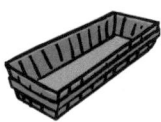

máng ăn
kaukalo

lọ sữa
maitokannu

bao tải
säkki

hàng rào
aita

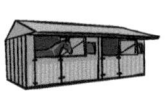

chuồng
talli

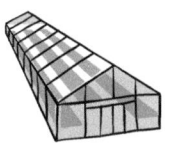

nhà kính trồng cây
kasvihuone

đất trồng
maa

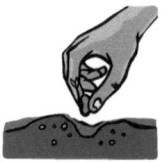

hạt giống
siemen

phân bón
lannoite

máy gặt đập liên hợp
leikkuupuimuri

thu hoạch

kerätä sato

mùa thu hoạch

sato

khoai lang

jamssit

lúa mì

vehnä

đậu nành

soija

khoai tây

peruna

ngô

maissi

hạt cải dầu

rypsi

cây ăn trái

hedelmäpuu

sắn

maniokki

ngũ cốc

vilja

nhà
talo

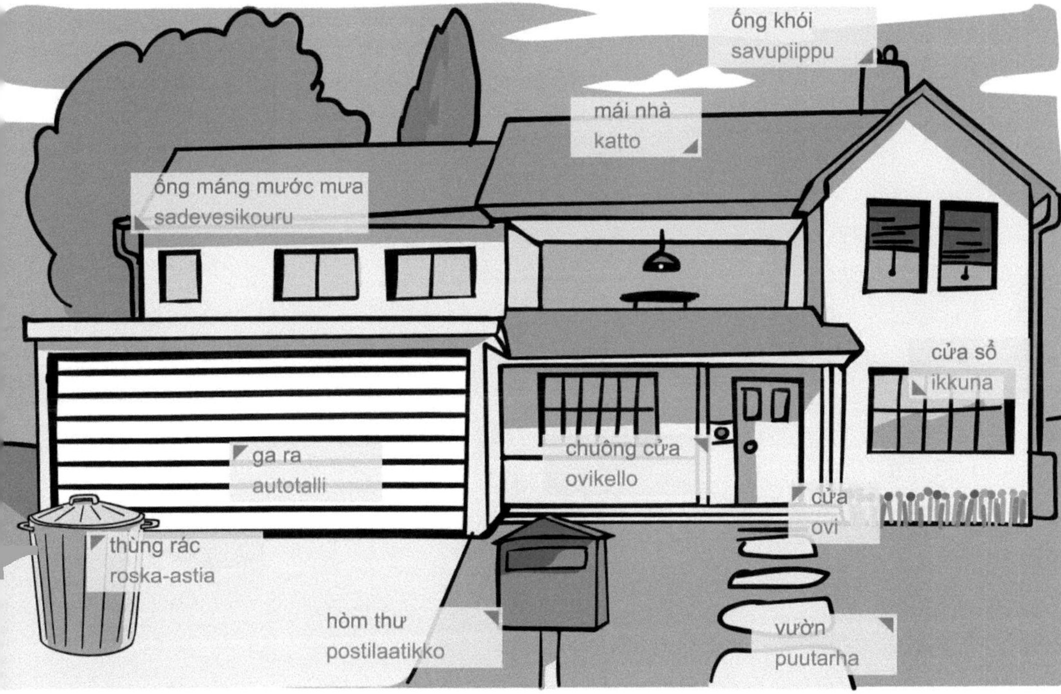
ống khói
savupiippu
mái nhà
katto
ống máng mước mưa
sadevesikouru
cửa sổ
ikkuna
chuông cửa
ovikello
ga ra
autotalli
cửa
ovi
thùng rác
roska-astia
hòm thư
postilaatikko
vườn
puutarha

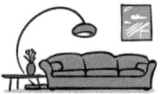

phòng khách
olohuone

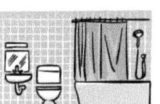

phòng tắm
kylpyhuone

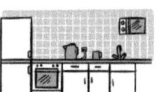

bếp
keittiö

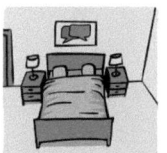

phòng ngủ
makuuhuone

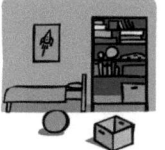

phòng trẻ em
lastenhuone

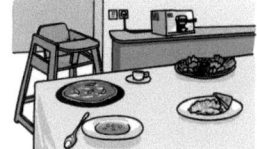

phòng ăn
ruokahuone

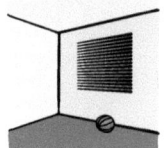

nền nhà

lattia

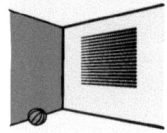

tường

seinä

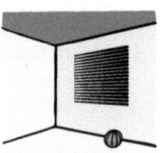

trần nhà

katto

tầng hầm

kellari

tắm hơi

sauna

ban công

parveke

sân hiên

terassi

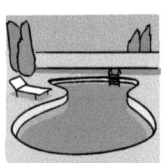

bể bơi

uima-allas

máy cắt cỏ

ruohonleikkuri

khăn trải giường

lakana

khăn trải giường

päiväpeitto

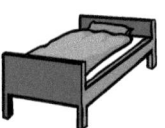

giường

sänky

chổi

harja

cái xô

ämpäri

công tắc điện

katkaisin

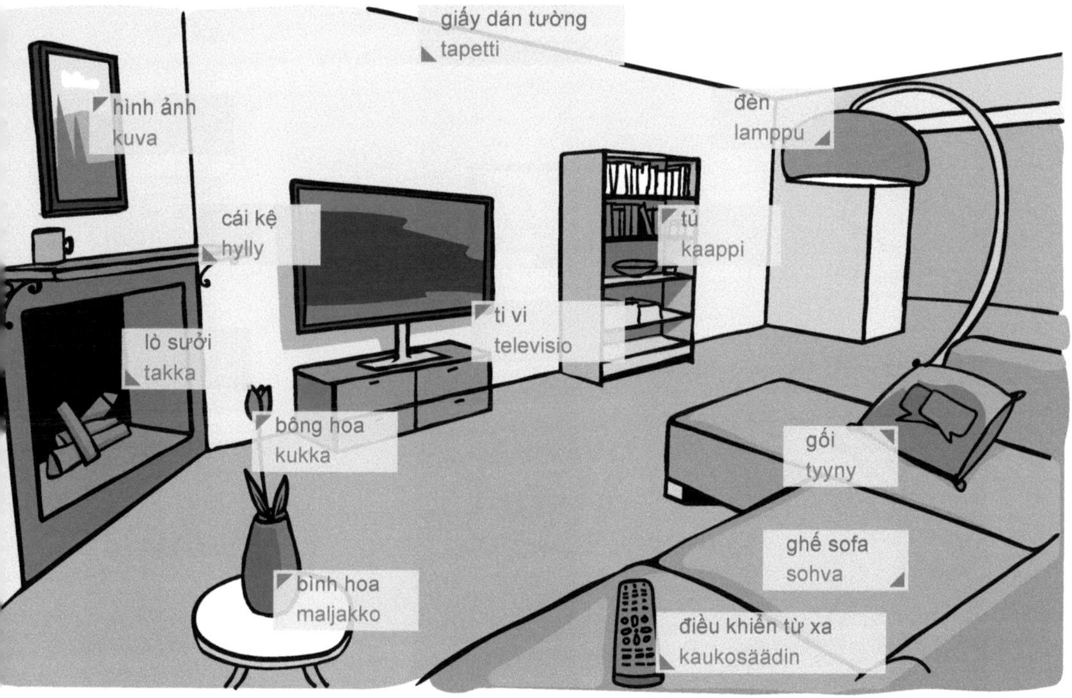

giấy dán tường
tapetti

hình ảnh
kuva

đèn
lamppu

cái kệ
hylly

tủ
kaappi

lò sưởi
takka

ti vi
televisio

bông hoa
kukka

gối
tyyny

ghế sofa
sohva

bình hoa
maljakko

điều khiển từ xa
kaukosäädin

thảm

matto

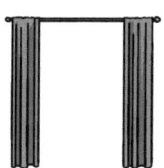

rèm

verho

cái bàn

pöytä

ghế

tuoli

ghế bập bênh

keinutuoli

ghế bành

nojatuoli

sách

kirja

cái chăn

peitto

đồ trang trí

koriste

củi

polttopuut

phim

elokuva

máy hi-fi

stereot

chìa khóa

avain

báo

sanomalehti

bức tranh

maalaus

áp phích

juliste

radio

radio

sổ ghi chép

muistivihko

máy hút bụi

pölynimuri

cây xương rồng

kaktus

cây nến

kynttilä

bếp
keittiö

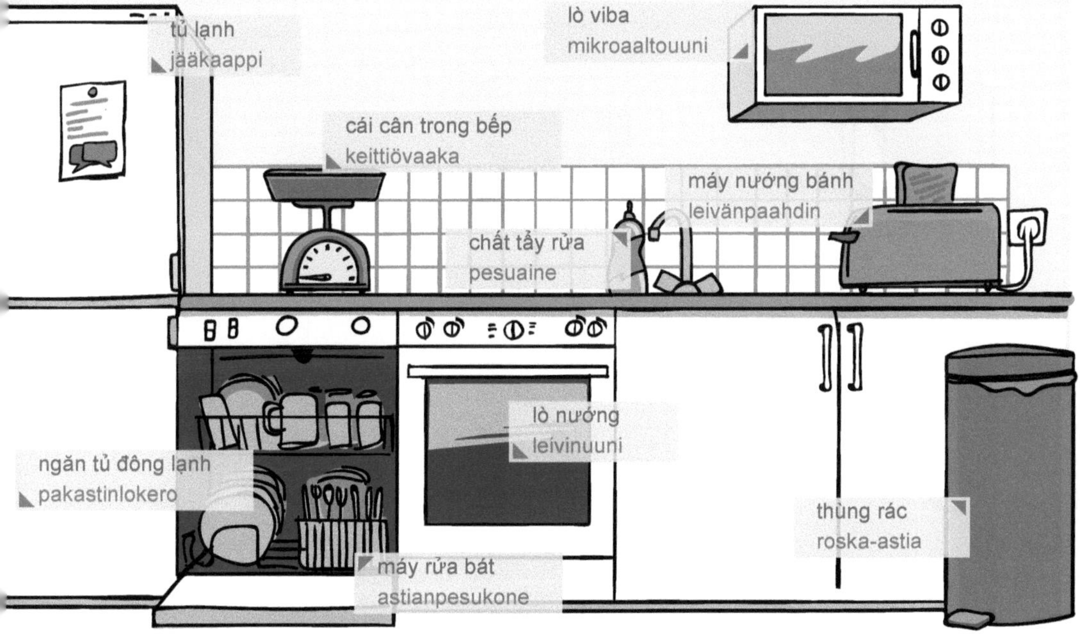
tủ lạnh
jääkaappi
lò viba
mikroaaltouuni
cái cân trong bếp
keittiövaaka
máy nướng bánh
leivänpaahdin
chất tẩy rửa
pesuaine
lò nướng
leivinuuni
ngăn tủ đông lạnh
pakastinlokero
thùng rác
roska-astia
máy rửa bát
astianpesukone

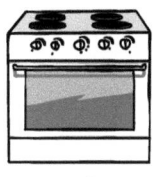

lò nấu

liesi

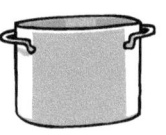

nồi

kattila

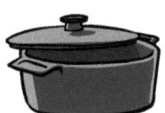

nồi sắt

rautapata

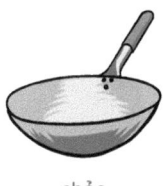

chảo

vokkipannu / kadai-pannu

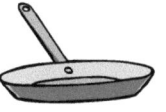

chảo

paistinpannu

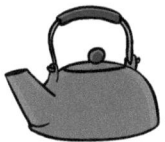

ấm đun nước

teepannu

nồi đun hơi

höyrykeitin

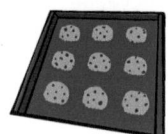

khay lò nướng

uunipelti

bát đĩa

astiat

cốc

muki

cái bát

kulho

đũa

syömäpuikot

cái vá

kauha

bàn xẻng

paistinlasta

que đánh kem

vispilä

rây dùng trong bếp

siivilä

cái rây lọc

siivilä

cái nạo

raastin

vữa

mortteli

vỉ nướng

grilli

ngọn lửa trần

avotuli

cái thớt

leikkuulauta

trục cán bột

kaulin

cái mở nút chai

korkinavaaja

vỏ đồ hộp

purkki

cái mở vỏ đồ hộp

purkinavaaja

miếng nhấc nồi

pannulappu

bồn rửa bát

lavuaari

bàn chải

tiskiharja

miếng xốp

pesusieni

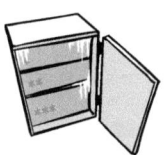

máy xay

tehosekoitin

tủ đông lạnh

pakastin

bình sữa cho trẻ sơ sinh

tuttipullo

vòi nước

vesihana

phòng tắm
kylpyhuone

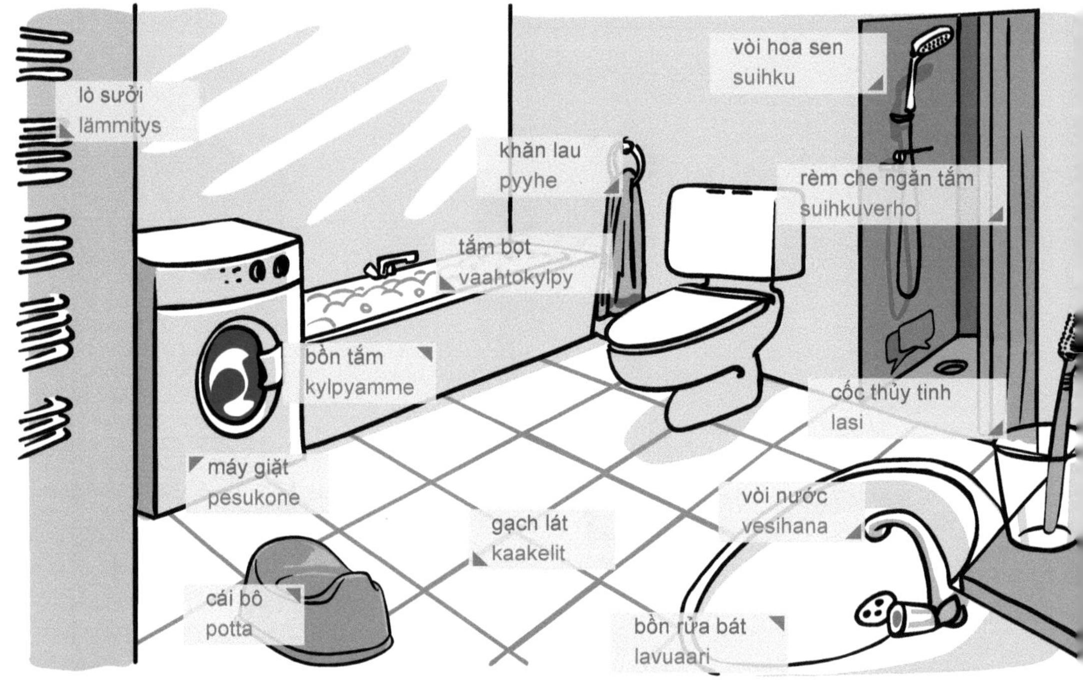

lò sưởi
lämmitys
khăn lau
pyyhe
vòi hoa sen
suihku
rèm che ngăn tắm
suihkuverho
tắm bọt
vaahtokylpy
bồn tắm
kylpyamme
cốc thủy tinh
lasi
máy giặt
pesukone
vòi nước
vesihana
gạch lát
kaakelit
cái bô
potta
bồn rửa bát
lavuaari

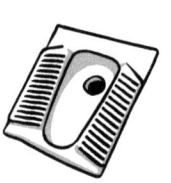

bồn cầu

vessa

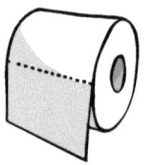

bồn cầu ngồi xổm

kyykkyvessa

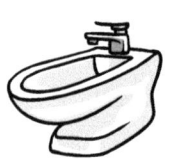

bồn rửa hậu môn

bidee

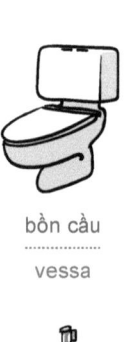

bồn tiểu tiện

pisuaari

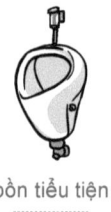

giấy vệ sinh

vessapaperi

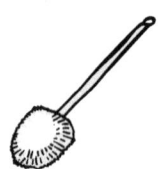

bàn chải cọ bồn cầu

vessaharja

bàn chải đánh răng

hammasharja

kem đánh răng

hammastahna

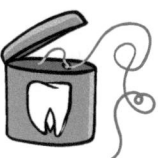

chỉ nha khoa

hammaslanka

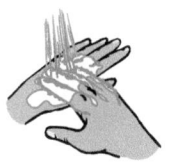

rửa

pestä

vòi sen cầm tay

käsisuihku

vòi rửa hậu môn

intiimisuihku

bồn rửa

pesuvati

bàn chải cọ lưng

selkäharja

xà phòng

saippua

sữa tắm

suihkugeeli

dầu gội

shampoo

khăn cọ để tắm

pesulappu

lỗ thoát nước

viemäri

kem

voide

chất khử mùi

deodorantti

gương

peili

gương tay

käsipeili

dao cạo râu

partaveitsi

kem cạo râu

partavaahto

nước thơm dùng sau khi cạo râu

partavesi

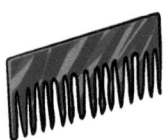

cái lược

kampa

bàn chải

harja

máy xấy tóc

hiustenkuivaaja

keo xịt tóc

hiuslakka

đồ trang điểm

meikki

thỏi son môi

huulipuna

sơn bôi móng

kynsilakka

bông

pumpuli

kéo cắt móng

kynsisakset

nước hoa

hajuvesi

túi đựng đồ tắm

kosmetiikkalaukku

ghế đẩu

jakkara

cái cân

vaaka

áo choàng tắm

kylpytakki

găng tay làm vệ sinh

kumihansikkaat

nút gạc

tamponi

băng vệ sinh

terveysside

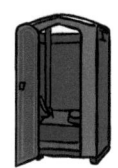

nhà vệ sinh hóa chất

kemiallinen wc

phòng trẻ em
lastenhuone

đồng hồ báo thức
herätyskello
thú bông
pehmolelu
xe đồ chơi
leikkiauto
cái lúc lắc
helistin
nhà búp bê
nukkekoti
món quà
lahja

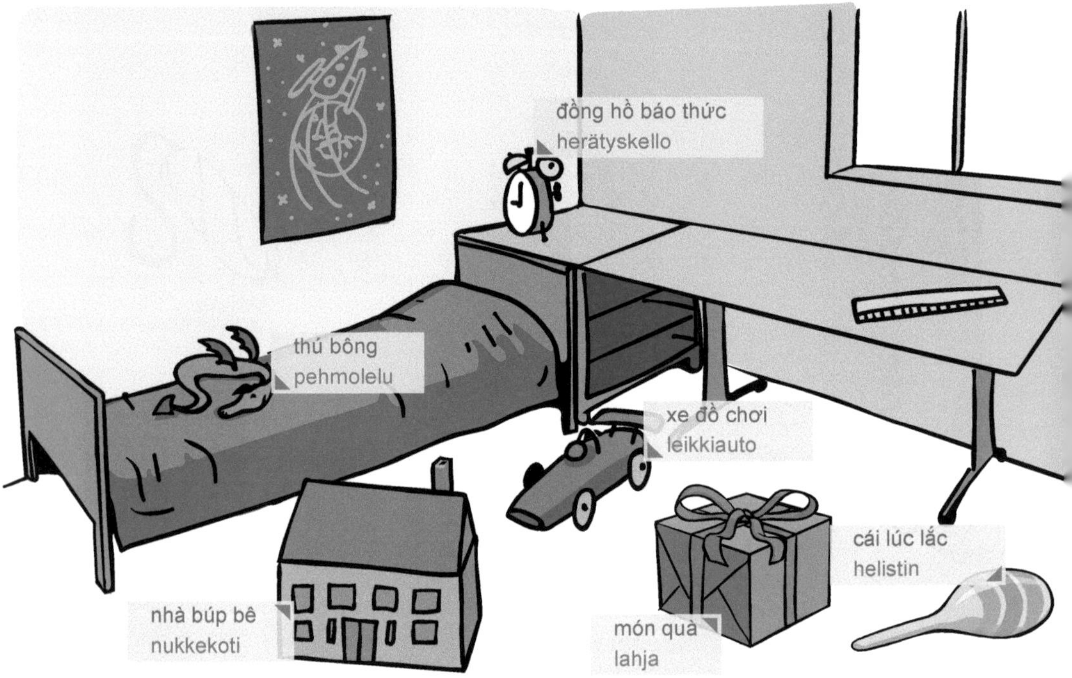

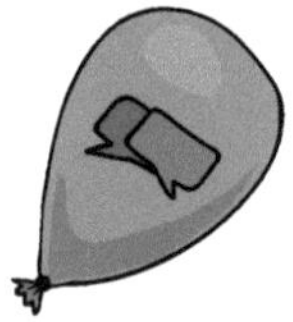

bong bóng
ilmapallo

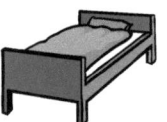

giường
sänky

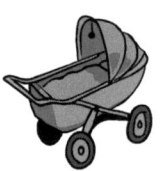

xe nôi
lastenvaunut

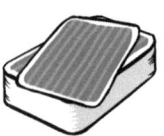

trò chơi bài
korttipeli

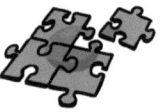

trò chơi ghép hình
palapeli

truyện tranh
sarjakuva

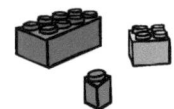

gạch Lego

legopalikat

khối xếp hình

rakennuspalikat

nhân vật hành động

supersankari

áo liền quần cho trẻ sơ sinh

potkupuku

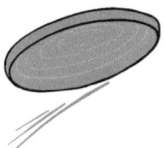

đĩa nhựa để ném

frisbee

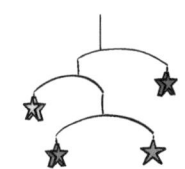

đồ chơi treo trên giường

mobile

trò chơi cờ bàn

lautapeli

xúc xắc

noppa

đồ chơi xe lửa mô hình

pienoisjunarata

ti giả

tutti

buổi tiệc

juhlat

sách tranh

kuvakirja

quả bóng

pallo

búp bê

nukke

chơi

leikkiä

hố cát

hiekkalaatikko

cái đu

keinu

đồ chơi

lelut

máy chơi game cầm tay

pelikonsoli

xe ba bánh

kolmipyörä

gấu bông

nalle

tủ quần áo

vaatekaappi

y phục

vaatteet

bít tất

sukat

bít tất dài

nylonsukat

quần tất

sukkahousut

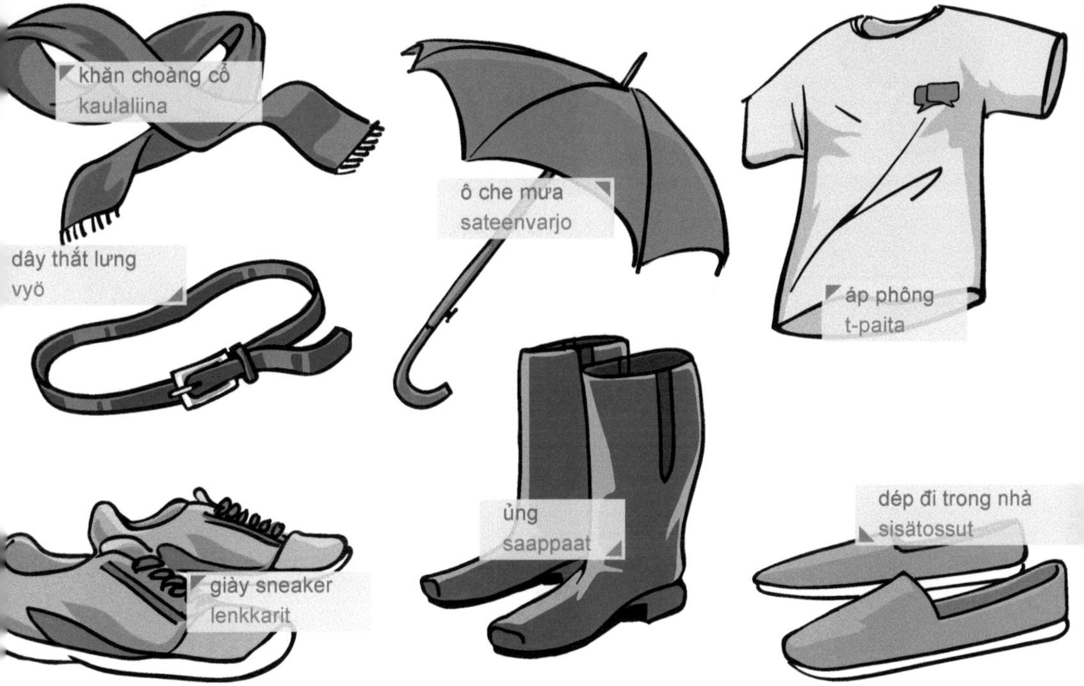

khăn choàng cổ
kaulaliina

ô che mưa
sateenvarjo

áp phông
t-paita

dây thắt lưng
vyö

ủng
saappaat

dép đi trong nhà
sisätossut

giày sneaker
lenkkarit

dép xăng đan

sandaalit

giày

kengät

ủng cao su

kumisaappaat

quần lót

alushousut

áo ngực

rintaliivit

áo vest

aluspaita

áo ôm sát cơ thể

body

quần dài

housut

quần bò

farkut

váy

hame

áo cánh

pusero

áo sơ mi

paita

áo len chui đầu

villapaita

áo len

collegepaita

áo blazer

jakku

áo jacket

takki

áo khoác

takki

áo mưa

sadetakki

trang phục

puku

áo váy

mekko

áo cưới

hääpuku

bộ com lê
puku

áo ngủ
yöpaita

pijama
pyjama

trang phục sari
shari

khăn trùm đầu
päähuivi

khăn đội đầu
turbaani

áo burka
burka

áo captan
kaftaani

áo aba
abaya

quần áo bơi
uimapuku

quần bơi
uimahousut

quần đùi
shortsit

quần áo tracksuit
verkkarit

tạp dề
esiliina

găng tay
käsineet

cái cúc

nappi

kính mắt

silmälasit

vòng đeo tay

rannekoru

vòng cổ

kaulakoru

nhẫn

sormus

hoa tai

korvakoru

mũ lưỡi trai

lippalakki

cái mắc treo áo quần

ripustin

mũ

hattu

cà vạt

solmio

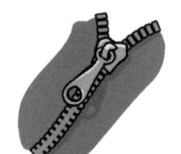

dây kéo phéc mơ tuya

vetoketju

mũ bảo hiểm

kypärä

dây đeo quần

henkselit

đồng phục học sinh

koulupuku

đồng phục

univormu

yếm trẻ em
ruokalappu

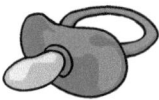

ti giả
tutti

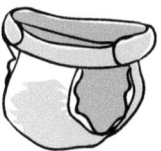

tã lót
vaippa

văn phòng
toimisto

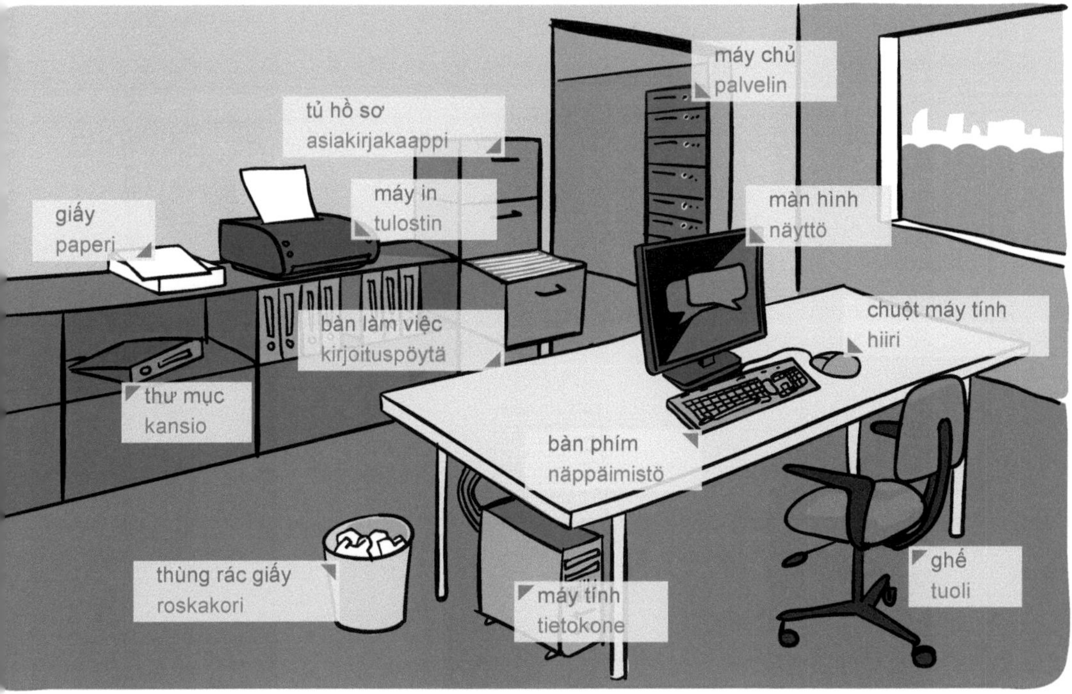

máy chủ
palvelin

tủ hồ sơ
asiakirjakaappi

máy in
tulostin

màn hình
näyttö

giấy
paperi

chuột máy tính
hiiri

bàn làm việc
kirjoituspöytä

thư mục
kansio

bàn phím
näppäimistö

thùng rác giấy
roskakori

ghế
tuoli

máy tính
tietokone

cốc cà phê
kahvimuki

máy tính bỏ túi
taskulaskin

internet
internet

laptop

kannettava tietokone

thư

kirje

tin nhắn

viesti

điện thoại di động

kännykkä

mạng

verkko

máy photocopy

kopiokone

phần mềm

ohjelmisto

điện thoại

puhelin

ổ cắm điện

pistorasia

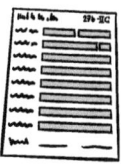

máy fax

faksi

mẫu đơn

lomake

chứng từ

asiakirja

mua

ostaa

trả tiền

maksaa

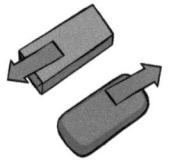

buôn bán

vaihtaa

tiền

raha

USD

đô la

dollari

EUR

Euro

euro

JPY

yên

jeni

RUB

rúp

rupla

CHF

franc Thụy Sĩ

frangi

CNY

nhân dân tệ

renminbi juan

INR

rupi

rupia

máy rút tiền tự động

pankkiautomaatti

quầy đổi tiền

rahanvaihto

vàng

kulta

bạc

hopea

dầu

öljy

năng lượng

energia

giá tiền

hinta

hợp đồng

sopimus

thuế

vero

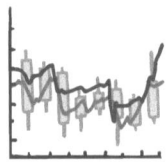

cổ phiếu

osake

làm việc

työskennellä

nhân viên

työntekijä

chủ lao động

työnantaja

nhà máy

tehdas

cửa hiệu

liike

nghề nghiệp
ammatit

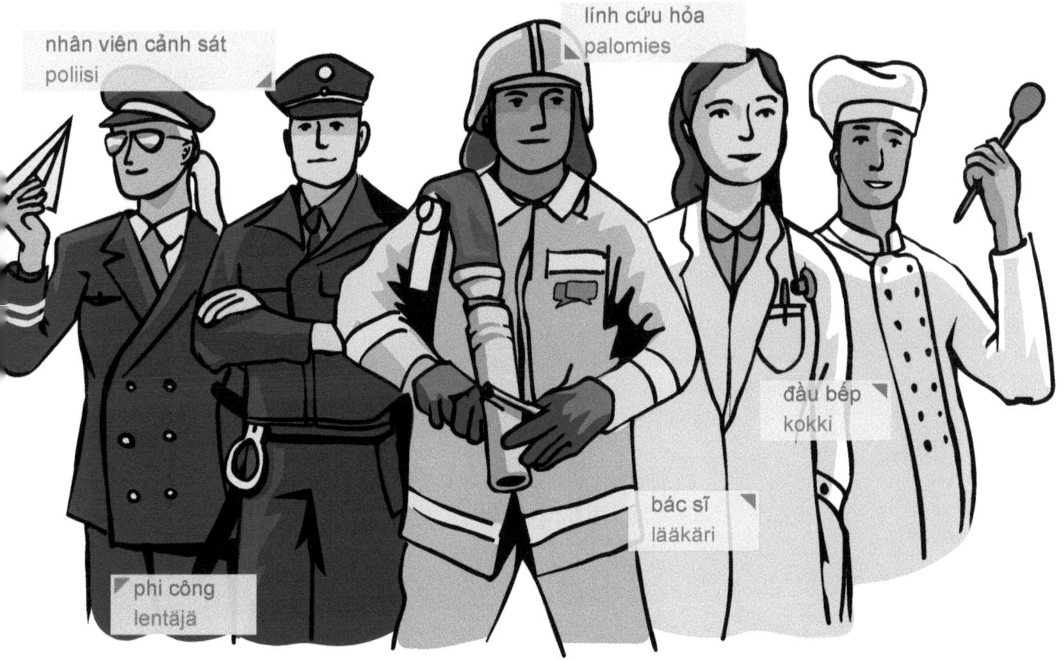
nhân viên cảnh sát
poliisi
lính cứu hỏa
palomies
đầu bếp
kokki
bác sĩ
lääkäri
phi công
lentäjä

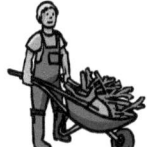

người làm vườn

puutarhuri

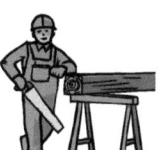

thợ mộc

puuseppä

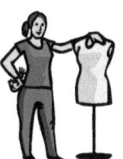

thợ may

ompelija

chánh án

tuomari

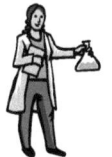

nhà hóa học

kemisti

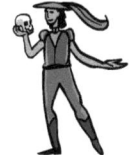

diễn viên

näyttelijä

tài xế xe buýt

linja-autonkuljettaja

người lái taxi

taksinkuljettaja

ngư dân

kalastaja

người lau dọn vệ sinh

siivooja

thợ lợp mái nhà

katontekijä

bồi bàn

tarjoilija

thợ săn

metsästäjä

họa sĩ

maalari

thợ làm bánh

leipuri

thợ điện

sähköasentaja

thợ xây dựng

rakentaja

kỹ sư

insinööri

người hàng thịt

teurastaja

thợ sửa ống nước

putkiasentaja

người đưa thư

postinjakaja

người lính

sotilas

kiến trúc sư

arkkitehti

nhân viên thu ngân

kassanhoitaja

người bán hoa

floristi

thợ cắt tóc

kampaaja

nhân viên soát vé

konduktööri

thợ cơ khí

mekaanikko

thuyền trưởng

kapteeni

nha sĩ

hammaslääkäri

nhà khoa học

tiedemies

giáo sĩ Do thái

rabbi

lãnh tụ Hồi giáo

imaami

nhà sư

munkki

mục sư

pappi

dụng cụ
työkalut

cây búa
vasara
kìm
pihdit
tua vít
ruuvimeisseli
cờ lê
jakoavain
đèn pin
taskulamppu

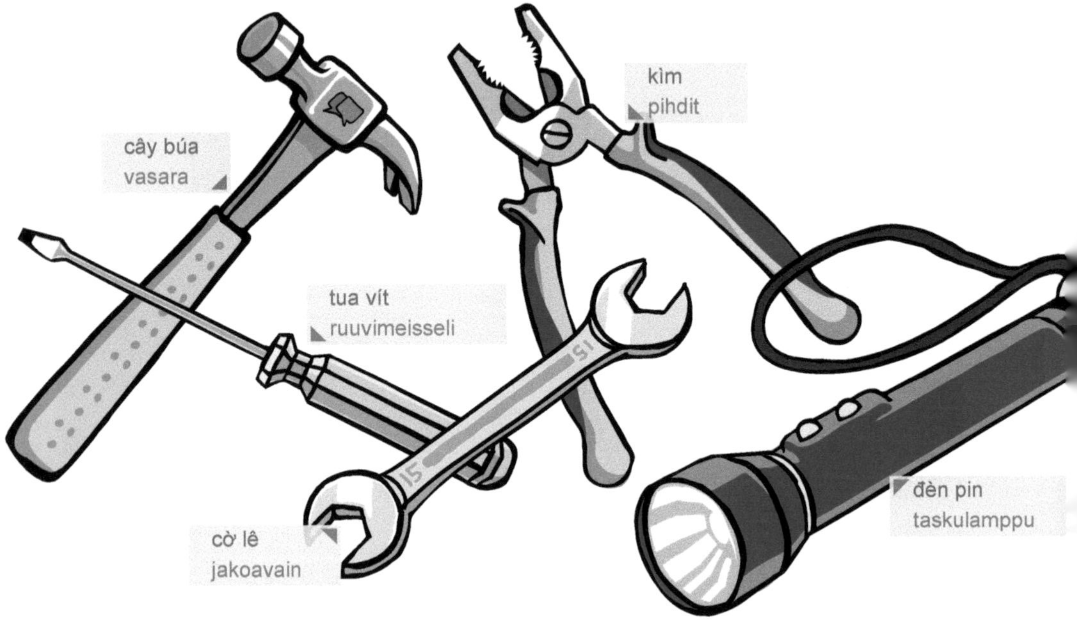

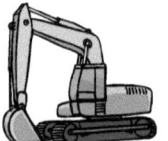

máy xúc đất

kaivinkone

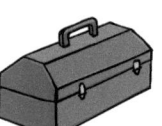

hộp dụng cụ

työkalupakki

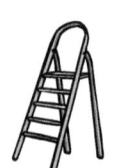

cái thang

tikkaat

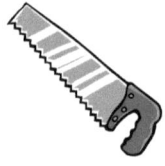

cưa

saha

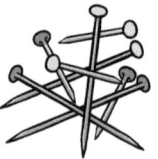

đinh

naulat

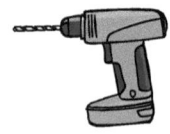

máy khoan

pora

sửa chữa

korjata

cái xẻng

lapio

khốn nạn!

Hitto!

cái hót rác

rikkalapio

thùng sơn

maalipurkki

vít

ruuvit

nhạc cụ
soittimet

loa
kaiuttimet

bộ trống
rummut

đàn ghi ta
kitara

đàn công tra bát
kontrabasso

kèn trompet
trumpetti

đàn piano

piano

đàn vĩ cầm

viulu

ghi ta bass

basso

trống định âm

patarummut

trống

rumpu

đàn organ

kosketinsoitin

kèn Saxophone

saksofoni

sáo

huilu

micro

mikrofoni

vườn bách thú
eläintarha

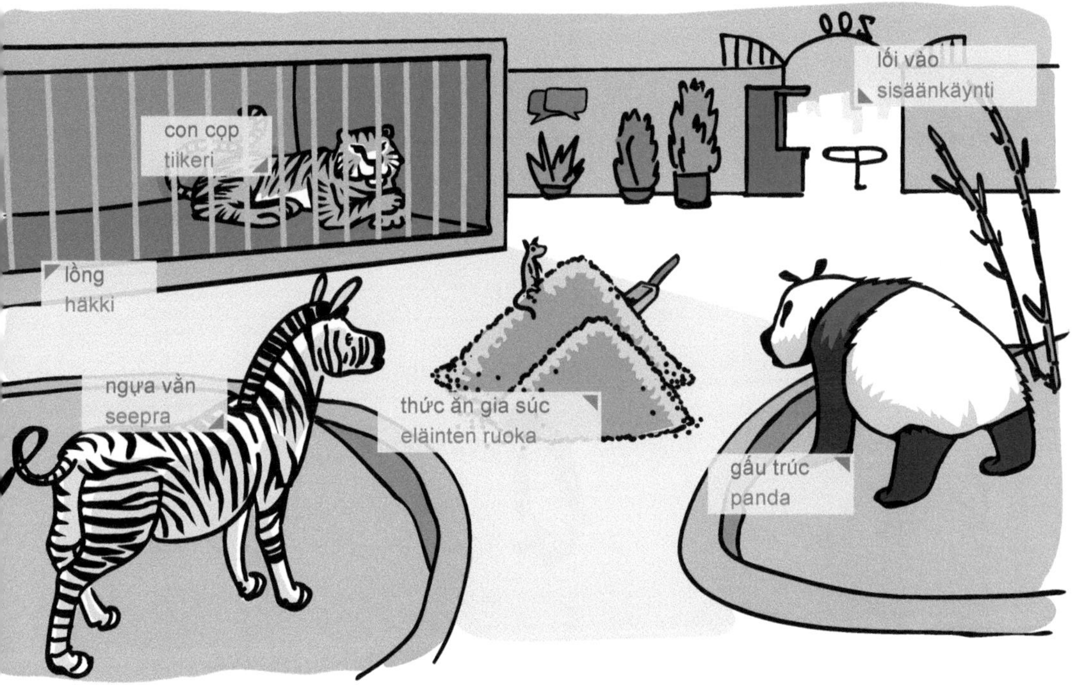

con cọp
tiikeri
lối vào
sisäänkäynti
lồng
häkki
ngựa vằn
seepra
thức ăn gia súc
eläinten ruoka
gấu trúc
panda

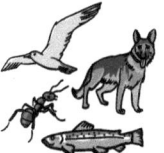

động vật

eläimet

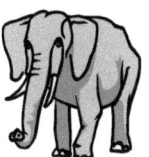

con voi

norsu

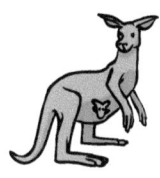

chuột túi

kenguru

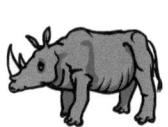

tê giác

sarvikuono

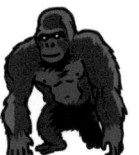

khỉ đột

gorilla

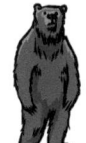

con gấu

karhu

lạc đà

kameli

đà điểu

strutsi

sư tử

leijona

con khỉ

apina

hồng hạc

flamingo

con vẹt

papukaija

gấu bắc cực

jääkarhu

chim cánh cụt

pingviini

cá mập

hai

con công

riikinkukko

con rắn

käärme

cá sấu

krokotiili

người trông giữ vườn bách
thú

eläintarhanhoitaja

hải cẩu

hylje

báo đốm

jaguaari

ngựa lùn

poni

con báo

leopardi

hà mã

virtahepo

hươu cao cổ

kirahvi

đại bàng

kotka

heo rừng

villisika

cá

kala

con rùa

kilpikonna

hải mã

mursu

con cáo

kettu

linh dương

gaselli

bóng bầu dục Mỹ
amerikkalainen jalkapallo

đua xe đạp
pyöräily

quần vợt
tennis

bóng rổ
koripallo

bơi
uinti

khúc côn cầu trên băng
jääkiekko

đấm bốc
nyrkkeily

bóng đá
jalkapallo

cầu lông
sulkapallo

điền kinh
yleisurheilu

bóng ném
käsipallo

trượt tuyết
hiihto

polo
poolo

các hoạt động
aktiviteetit

cười
nauraa
nhảy
hypätä
ôm
halata
đi bộ
kävellä
ca hát
laulaa
mơ
unelmoida
cầu nguyện
rukoilla
hôn
suudella

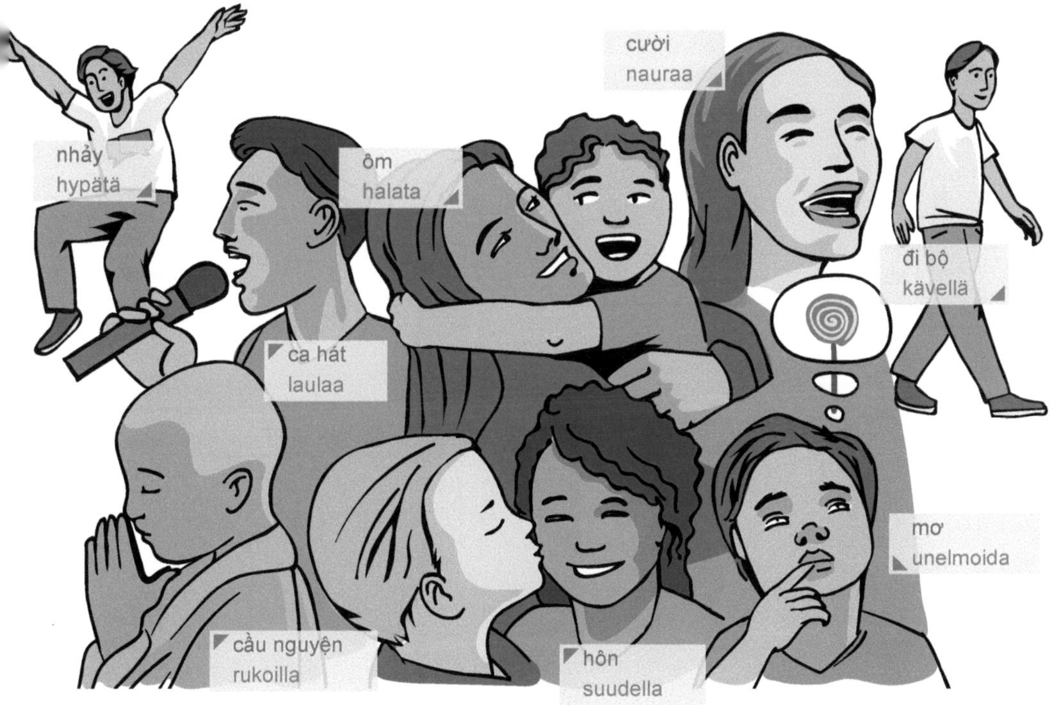

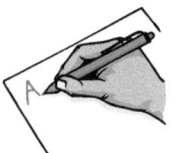

viết
kirjoittaa

vẽ
piirtää

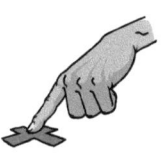

chỉ trỏ
näyttää

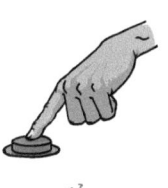

đẩy
painaa

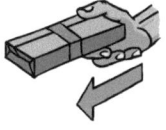

cho
antaa

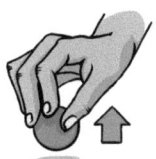

lấy đi
ottaa

có
omistaa

làm
tehdä

thì / là
olla

đứng
seisoa

chạy
juosta

kéo
vetää

ném
heittää

rơi
kaatua

nằm
maata

chờ đợi
odottaa

mang vác
kantaa

ngồi
istua

mặc quần áo
pukeutua

ngủ
nukkua

thức dậy
herätä

xem

katsoa

khóc

itkeä

vuốt ve

silittää

chải

kammata

nói chuyện

puhua

hiểu

ymmärtää

câu hỏi

kysyä

nghe

kuunnella

uống

juoda

ăn

syödä

dọn dẹp

siivota

yêu

rakastaa

nấu nướng

keittää

lái xe

ajaa

bay

lentää

các hoạt động - aktiviteetit

đi thuyền buồm

purjehtia

tính toán

laskea

đọc

lukea

học

oppia

làm việc

työskennellä

cưới

mennä naimisiin

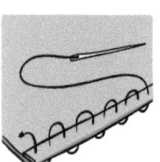

khâu vá

ommella

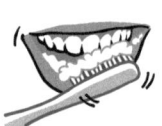

đánh răng

pestä hampaat

giết

tappaa

hút thuốc

tupakoida

gửi đi

lähettää

à nội (ngoại)
ummo

ông nội (ngoại)
ukki

cha
isä

mẹ
äiti

trẻ con
vauva

con gái
tytär

con trai
poika

khách

vieras

cô (dì)

täti

chú, bác (cậu)

setä

anh (em) trai

veli

chị (em) gái

sisko

cơ thể

vartalo

trán
otsa
mắt
silmä
vai
olkapää
ngón tay
sormet
mặt
kasvot
cằm
leuka
bàn tay
käsi
chân
jalka
ngực
rinta
cánh tay
käsivarsi

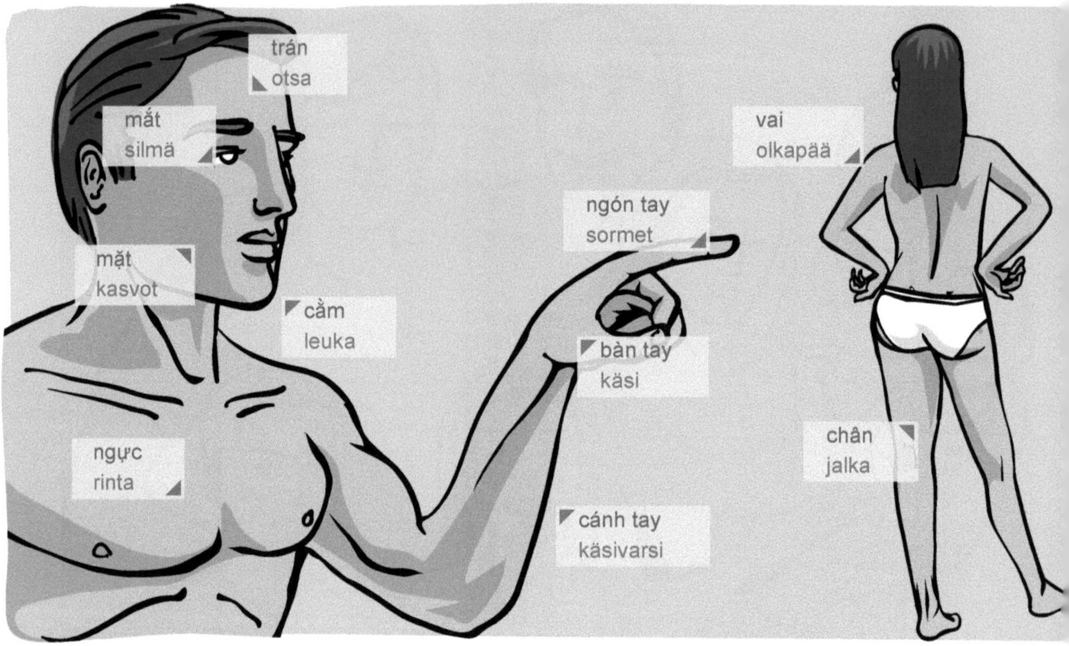

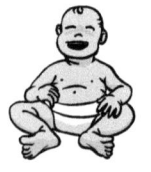

trẻ con

vauva

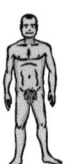

đàn ông

mies

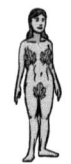

phụ nữ

nainen

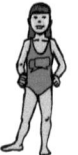

bé gái

tyttö

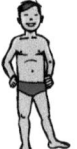

bé trai

poika

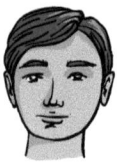

đầu

pää

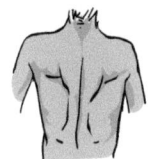

lưng

selkä

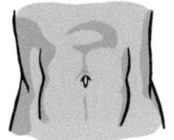

bụng

maha

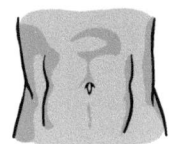

rốn

napa

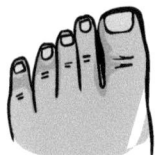

ngón chân

varvas

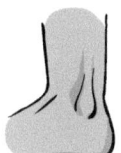

gót chân

kantapää

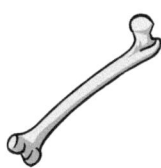

xương

luu

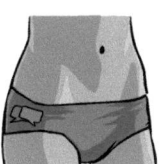

hông

lantio

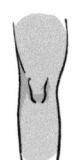

đầu gối

polvi

khuỷu tay

kyynärpää

mũi

nenä

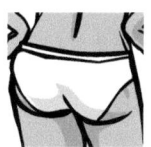

mông

takapuoli

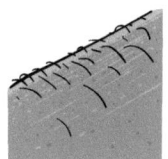

da

iho

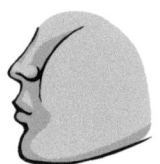

má

poski

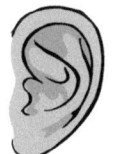

tai

korva

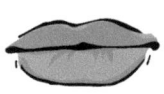

môi

huuli

cơ thể - vartalo

miệng

suu

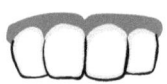

răng

hammas

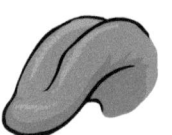

lưỡi

kieli

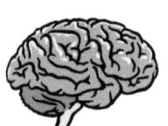

não

aivot

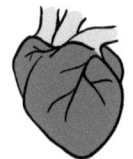

tim

sydän

cơ bắp

lihas

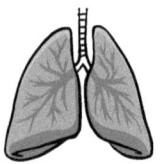

phổi

keuhkot

gan

maksa

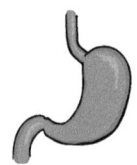

dạ dày

vatsa

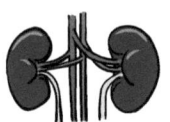

thận

munuaiset

giao hợp

seksi

bao cao su

kondomi

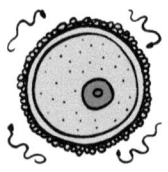

noãn

munasolu

tinh dịch

sperma

mang thai

raskaus

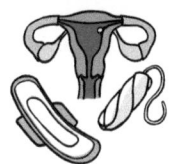

kinh nguyệt

kuukautiset

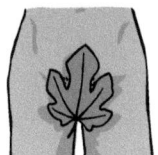

âm vật

vagina

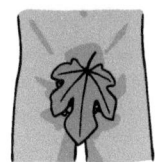

dương vật

penis

lông mày

kulmakarvat

tóc

hiukset

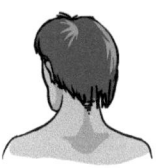

cổ

niska

bệnh viện

sairaala

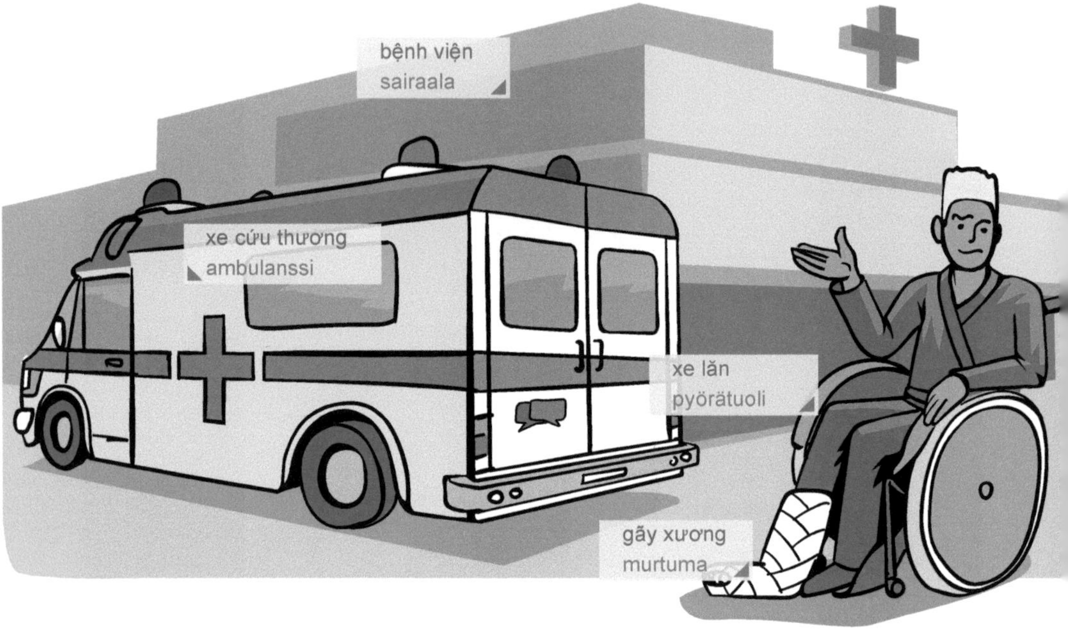

bệnh viện
sairaala
xe cứu thương
ambulanssi
xe lăn
pyörätuoli
gãy xương
murtuma

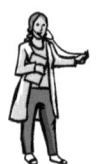

bác sĩ

lääkäri

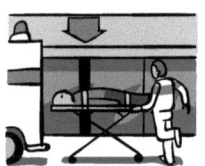

phòng cấp cứu

ensiapu

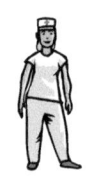

y tá

sairaanhoitaja

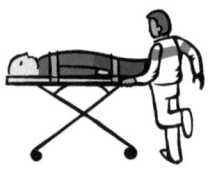

cấp cứu

hätätilanne

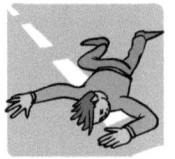

bất tỉnh

tajuton

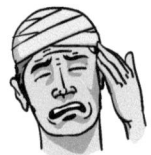

cơn đau

kipu

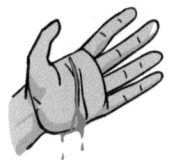

bị thương

vamma

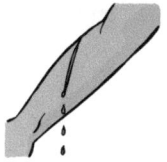

chảy máu

verenvuoto

nhồi máu cơ tim

sydänkohtaus

đột quỵ

aivoinfarkti

dị ứng

allergia

ho

yskä

sốt

kuume

cúm

flunssa

tiêu chảy

ripuli

đau đầu

päänsärky

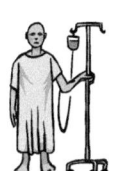

ung thư

syöpä

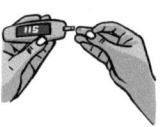

bệnh tiểu đường

diabetes

bác sĩ phẫu thuật

kirurgi

dao mổ

veitsi

giải phẫu

leikkaus

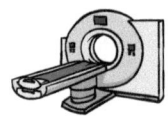

chụp cắt lớp

ct

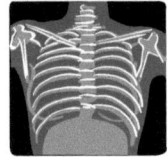

chụp x-quang

röntgen

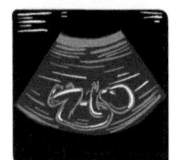

siêu âm

ultraääni

mặt nạ

maski

bệnh

sairaus

phòng đợi

odotushuone

cái nạng

sauva

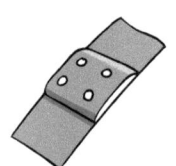

băng dán vết thương

laastari

băng bó

side

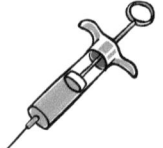

tiêm thuốc

pistos

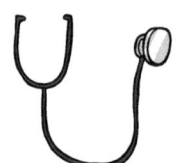

ống nghe khám bệnh

stetoskooppi

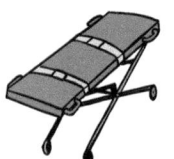

băng ca

paarit

nhiệt kế

kuumemittari

sinh đẻ

syntymä

thừa cân

ylipaino

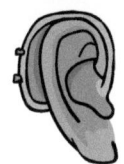

máy trợ thính

kuulolaite

chất khử trùng

desinfiointiaine

nhiễm trùng

infektio

vi rút

virus

HIV / AIDS

HIV / AIDS

thuốc

lääke

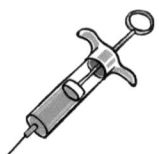

tiêm chủng

rokotus

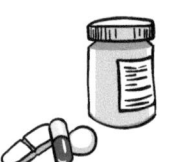

thuốc viên

tabletit

viên thuốc

pilleri

gọi cấp cứu

hätäpuhelu

máy đo huyết áp

verenpainemittari

bệnh / khỏe mạnh

sairas / terve

cứu!

Apua!

báo động

hälytys

cuộc đột kích

ryöstö

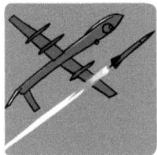

sự tấn công

hyökkäys

mối nguy hiểm

vaara

lối thoát hiểm

hätäuloskäynti

cháy!

Tulipalo!

bình chữa cháy

palosammutin

tai nạn

onnettomuus

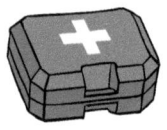

bộ dụng cụ sơ cứu

ensiapulaukku

SOS

SOS

cảnh sát

poliisilaitos

châu Âu

Eurooppa

Bắc Mỹ

Pohjois-Amerikka

Nam Mỹ

Etelä-Amerikka

châu Phi

Afrikka

châu Á

Aasia

châu Úc

Australia

Đại Tây Dương

Atlantin valtameri

Thái Bình Dương

Tyynimeri

Ấn Độ Dương

Intian valtameri

Nam Cực Dương

Eteläinen jäämeri

Bắc Băng Dương

Pohjoinen jäämeri

bắc cực

pohjoisnapa

nam cực
....
etelänapa

nam cực
....
Antarktis

trái đất
....
maa

đất liền
....
maa

biển
....
meri

đảo
....
saari

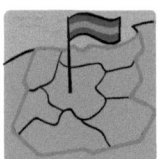

quốc gia
....
kansa

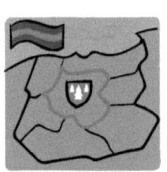

nhà nước
....
osavaltio

mặt đồng hồ

kellotaulu

kim chỉ giờ

tuntiviisari

kim chỉ phút

minuuttiviisari

kim chỉ giây

sekuntiviisari

Bây giờ là mấy giờ?

Paljonko kello on?

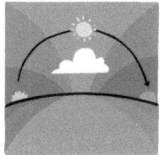

ngày

päivä

thời gian

aika

bây giờ

nyt

đồng hồ điện tử

digitaalikello

phút

minuutti

giờ

tunti

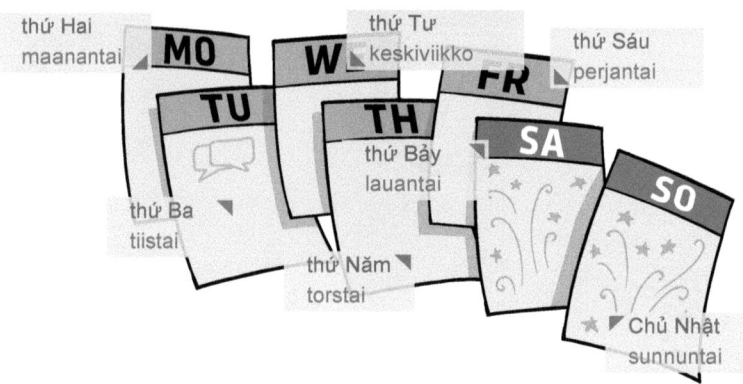

thứ Hai — maanantai
thứ Tư — keskiviikko
thứ Sáu — perjantai
thứ Ba — tiistai
thứ Bảy — lauantai
thứ Năm — torstai
Chủ Nhật — sunnuntai

hôm qua
eilen

hôm nay
tänään

ngày mai
huomenna

buổi sáng
aamu

buổi trưa
keskipäivä

buổi tối
ilta

ngày làm việc
työpäivät

cuối tuần
viikonloppu

năm
vuosi

mưa
sade
cầu vồng
sateenkaari
gió
tuuli
tuyết
lumi
mùa xuân
kevät
mùa hè
kesä
mùa thu
syksy
mùa đông
talvi

4.APRIL 11°
5.APRIL 4°
6.APRIL 13°
7.APRIL 8°
8.APRIL 10°

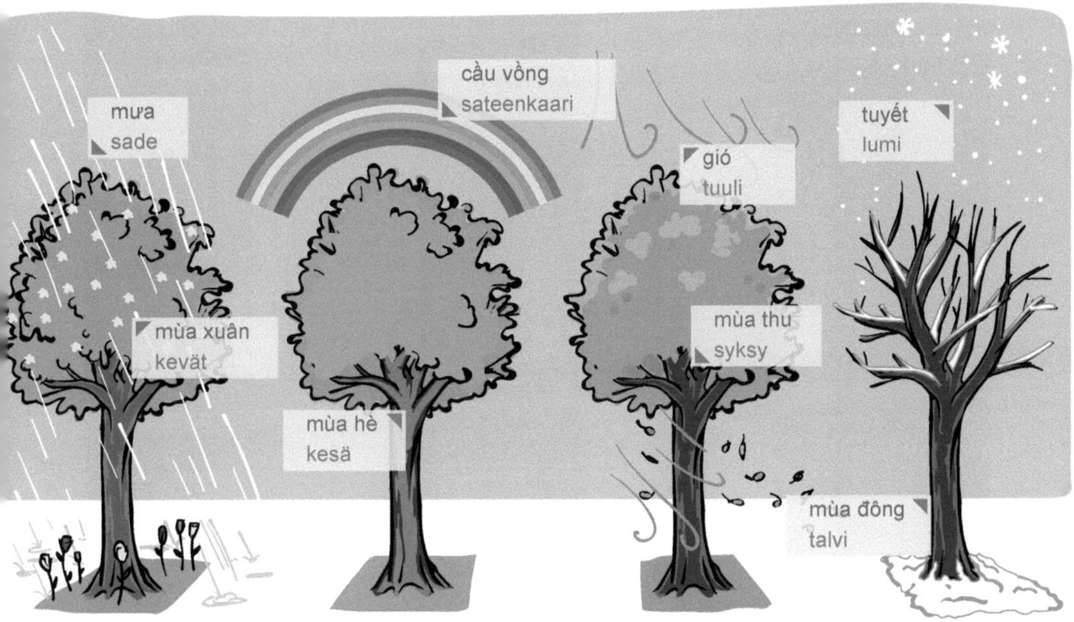

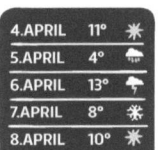

dự báo thời tiết

sääennuste

F
C
120
90
60
30
0
-30
40
30
20
10
0
-10
-20

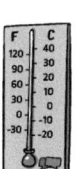

nhiệt kế

lämpömittari

ánh nắng

auringonpaiste

mây

pilvi

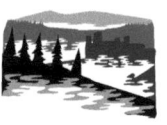

sương mù

sumu

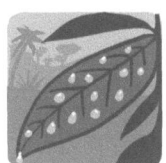

độ ẩm không khí

ilmankosteus

tia chớp

salama

sấm sét

ukkonen

cơn bão

myrsky

mưa đá

rae

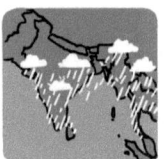

gió mùa

monsuuni

lũ lụt

tulva

nước đá

jää

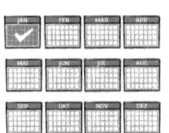

tháng Một

tammikuu

tháng Hai

helmikuu

tháng Ba

maaliskuu

tháng Tư

huhtikuu

tháng Năm

toukokuu

tháng Sáu

kesäkuu

tháng Bảy

heinäkuu

tháng Tám

elokuu

năm - vuosi

tháng Chín

syyskuu

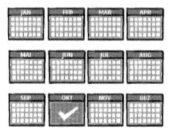

tháng Mười

lokakuu

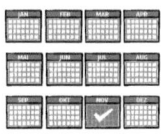

tháng Mười Một

marraskuu

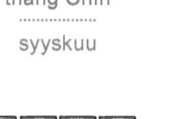

tháng Mười Hai

joulukuu

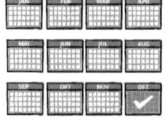

hình dạng
muodot

hình tròn

ympyrä

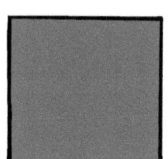

hình vuông

neliö

hình chữ nhật

suorakulmio

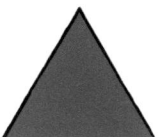

hình tam giác

kolmio

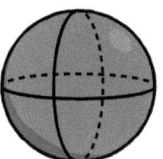

hình cầu

pallo

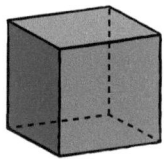

khối vuông

kuutio

màu trắng

valkoinen

màu vàng

keltainen

màu cam

oranssi

màu hồng

vaaleanpunainen

màu đỏ

punainen

màu tím

violetti

màu xanh dương

sininen

màu xanh lá cây

vihreä

màu nâu

ruskea

màu xám

harmaa

màu đen

musta

nhiều / ít

paljon / vähän

tức tối / điềm tĩnh

vihainen / ystävällinen

xinh đẹp / xấu xí

kaunis / ruma

bắt đầu / kết thúc

alku / loppu

to / nhỏ

suuri / pieni

sáng / tối

vaalea / tumma

anh (em) trai / chị (em) gái

veli / sisko

sạch / bẩn

puhdas / likainen

đủ / thiếu

täydellinen / epätäydellinen

ngày / đêm

päivä / yö

chết / sống

kuollut / elävä

rộng / chật hẹp

leveä / kapea

ăn được / không ăn được

syötävä / syömäkelvoton

ác / tử tế

paha / kiltti

hào hứng / chán nản

innostunut / tylsistynyt

béo / gầy

lihava / laiha

đầu tiên / cuối cùng

ensimmäinen / viimeinen

bạn / thù

ystävä / vihollinen

đầy / rỗng

täysi / tyhjä

cứng / mềm

kova / pehmeä

nặng / nhẹ

painava / kevyt

đói / khát

nälkä / jano

bệnh / khỏe mạnh

sairas / terve

bất hợp pháp / hợp pháp

laiton / laillinen

thông minh / ngu

älykäs / tyhmä

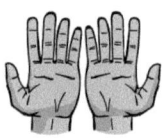

trái / phải

vasen / oikea

gần / xa

lähellä / kaukana

mới / cũ

uusi / käytetty

không có gì cả / có cái gì đó

ei mitään / jotain

già / trẻ

vanha / nuori

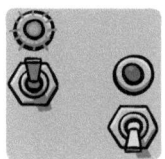

bật / tắc

päällä / pois päältä

mở / đóng

auki / kiinni

im lặng / ồn ào

hiljainen / äänekäs

giàu / nghèo

rikas / köyhä

đúng / sai

oikein / väärin

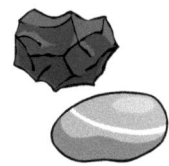

sần sùi / mịn màng

karhea / sileä

buồn / vui

surullinen / iloinen

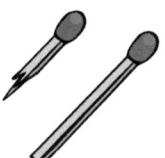

ngắn / dài

lyhyt / pitkä

chậm / nhanh

hidas / nopea

ẩm ướt / khô ráo

märkä / kuiva

ấm áp / mát mẻ

lämmin / viileä

chiến tranh / hòa bình

sota / rauha

0

số không

nolla

1

một

yksi

2

hai

kaksi

3

ba

kolme

4

bốn

neljä

5

năm

viisi

6

sáu

kuusi

7

bảy

seitsemän

8

tám

kahdeksan

9

chín

yhdeksän

10

mười

kymmenen

11

mười một

yksitoista

12

mười hai

kaksitoista

13

mười ba

kolmetoista

14

mười bốn

neljätoista

15

mười lăm

viisitoista

16

mười sáu

kuusitoista

17

mười bảy

seitsemäntoista

18

mười tám

kahdeksantoista

19

mười chín

yhdeksäntoista

20

hai mươi

kaksikymmentä

100

một trăm

sata

1.000

một ngàn

tuhat

1.000.000

một triệu

miljoona

con số - numerot

tiếng Anh

englanti

tiếng Anh Mỹ

amerikanenglanti

tiếng Quan Thoại

mandariinikiina

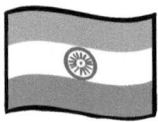

tiếng Hin-di

hindi

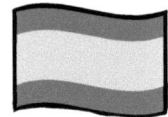

tiếng Tây Ban Nha

espanja

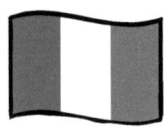

tiếng Pháp

ranska

tiếng Ả-rập

arabia

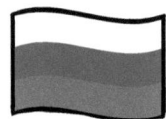

tiếng Nga

venäjä

tiếng Bồ Đào Nha

portugali

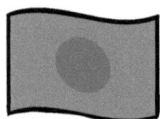

tiếng Bengal

bengali

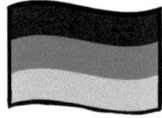

tiếng Đức

saksa

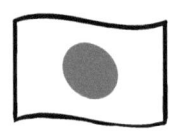

tiếng Nhật

japani

tôi
minä

bạn
sinä

anh ta / cô ta / nó
hän

chúng tôi
me

các bạn
te

họ
he

ai?
kuka?

cái gì?
mitä / mikä?

như thế nào?
miten?

ở đâu?
missä?

lúc nào?
milloin?

tên
nimi

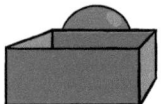

phía sau

takana

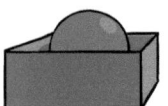

ở trong

sisällä

phía trước

edessä

phía trên

yläpuolella

ở trên

päällä

ở dưới

alapuolella

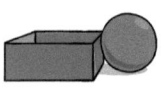

bên cạnh

vieressä

ở giữa

välissä

chỗ

paikka